गोष्ट डॉटकॉम

ढवळ्या झाला नंदी

आणि इतर बोधकथा

ज्ञानदा नाईक

हे पुस्तक **माझं** आहे.

मेहता पब्लिशिंग हाऊस

DHAVALYA JHALA NANDI
ANI ITAR BODHKATHA by Dnyanada Naik

ढवळ्या झाला नंदी आणि इतर बोधकथा / बालसाहित्य

प्रकाशक : सुनील अनिल मेहता
मेहता पब्लिशिंग हाऊस, १९४१, सदाशिव पेठ,
माडीवाले कॉलनी, पुणे ३०.
☎ ०२०-२४४७६९२४
E-mail : author@mehtapublishinghouse.com
Website : www.mehtapublishinghouse.com

मुद्रक : स्पेक्ट्रम ऑफसेट, एरंडवणा, पुणे ०४

प्रथमावृत्ती : एप्रिल २०१९

मुखपृष्ठ व आतील चित्रे : घन:श्याम देशमुख

पूर्ण संचाची किंमत : ₹ २१०

ISBN : 9789353172305

तीन पुस्तकांचा संच

शेरूचा आजार

शाळेतून घरी आल्यावर घरात शिरण्याआधी मानसी शेरूकडे धाव घ्यायची. गुबगुबीत, सोनेरी रंगाचा शेरू तिच्या पायाशी लोळायचा. थंडगार नाक तिच्या गालाला लावायचा. लालचुटूक जिभेने तिचं अंग चाटायचा, छोटुकलं शेपूट हलवत राहायचा. मानसी, तिचे आईबाबा शेरूचे खूप लाड करायचे. येता-जाता खायला, नाही तर चघळायला स्टिक्स द्यायचे. त्याची चिमुकली कूस दूध पिऊन नेहमी टम्म फुगलेली असायची. पोट भरलं की मुटकुळं करून तो झोपून जायचा. मग कसलं फिरणं आणि खेळणं. हळूहळू शेरू सुस्तावला. त्याची हालचाल मंदावली. जेव्हा पाहावं तेव्हा तो तंगड्या पसरून असायचा. मानसी शाळेतून आल्या आल्या क्रीम क्रॅकरची बिस्किटं घेऊन 'आऽऽरे शेरुड्या...' करत शेरूपाशी गेली. नेहमी झडप घालून तिच्या हातातली बिस्किटं फस्त करणाऱ्या शेरूनं फक्त डोळे उघडून एकदा पाहिलं. कान हलवले, एक जांभई दिली आणि चारी पाय ताणून तो पुन्हा झोपून गेला.

''आईऽ शेरू ऽऽ काही खात नाही गं,'' मानसी कळवळली.

''हो ना, सकाळी दिलेलं दूध, ब्रेडही तसंच आहे,'' आई म्हणाली.

''मी ऑफिसमधून येताना त्याला आवडतात म्हणून वेफर्स आणले, त्यालाही तोंड लावलं नाही त्यानं,'' बाबा अभ्यासिकेतून बाहेर येत म्हणाले.

मानसीनं घरी काम करणाऱ्या वसंताला शेरूसाठी घाईघाईनं मटण आणायला पिटाळलं. मटणाचा दुरून वास आला तरी शेरू वसंताकडे धाव घेईल आणि शेपटी हलवत त्याच्या अंगावर उड्या मारत त्याला बेजार करेल. पण छे! तोही उपाय पूर्णपणे वाया गेला. मग मात्र सगळे घाबरले. शेरूला नेरकर डॉक्टरांकडे न्यायचं ठरलं. नेरकर प्राण्यांचे डॉक्टर होते. बराच वेळ रांगेत बसल्यावर शेवटी एकदाचा नंबर आला. एव्हाना मानसीला रडू यायला लागलं होतं. ''डॉक्टरकाका, शेरू काही खात नाही. कालपासून उपाशी आहे,'' तिला पुढचं बोलवेना. डॉक्टरांनी लठ्ठ शेरूकडे पाहिलं.

''हं, याला इथंच ठेवावं लागेल. तीन दिवसांनी या.''

शेरूला ॲडमिट केलंय हे सगळ्या कॉलनीला कळलं. दवाखान्यात इतर कुत्र्यांना खायला देताना सहायकानं विचारलं, ''डॉक्टर, शेरूला काय द्यायचं?''

डॉक्टर म्हणाले, ''फक्त पाणी. खायला देऊन तर त्याची ही अवस्था झालीय. नुसत्या पाण्यावर ठेवू. आपोआप बरा होईल.'' तीन दिवसांनी मानसी लगबगीने दवाखान्यात गेली. ''डॉक्टर, शेरू कसा आहे, कुठे आहे, खातो का नाही?''

डॉक्टर हसून म्हणाले, ''हो, छान आहे. त्याला घरी घेऊन जा.''

डॉक्टरांनी शेरूसाठी दूधभाकरी आणायला सांगितलं, ''अहो, त्याला भाकरी मुळीच आवडत...'' वाक्य पुरं व्हायच्या आत कुस्करलेल्या दूधभाकरीवर शेरू तुटून पडला. शेरूला घेऊन निघताना मानसीनं फी विचारली. डॉक्टर म्हणाले, ''शेरूला कुठल्याच इलाजाची गरज नव्हती. त्याला फक्त पाणी दिलं. पाण्याचे कसले पैसे? त्याला फिरवून आणत जा आणि मोजका पण पोषक आहार दे. तीच माझी फी.''

प्रेमापोटी अति लाड झाले तर परिणाम वाईट होतो. प्रेमाबरोबर शिस्त, व्यायाम, योग्य आहार आवश्यक असतो.

संकल्प : मी पाळलेल्या प्राण्याला योग्य व नेमका आहार देईन. भेळ, पिझ्झा, बर्गर खाईन त्या दिवशी पालेभाजी, कोशिंबीर असा संतुलित आहार मी घेईन.

काळा, चकचकीत आनंद

बीनाच्या बाबांना मासे खूप आवडायचे. ते मूळचे कोकणातले. आता पुण्यात राहत होते. बाबांना समुद्रातले मासे आवडायचे, तर आईला गोड्या पाण्यातले. कारण तिच्या गावाजवळ मोठं तळं होतं आणि त्या तळ्यातले मासेच गावात मिळायचे. बीनाला मात्र मुरंबा, पोळी, बटाट्याची भाजी, वरण, उसळ हे जेवण आवडायचे.

सुटीचा दिवस होता. आई सकाळीच मासे घेऊन आली होती. बीना आईला वर्गातल्या गमती सांगत होती. ऐकत ऐकत आईने बाजारातून आणलेली पिशवी ताटात पालथी केली. बीनाचे डोळे हेऽऽ एवढे मोठ्ठे झाले. आईने आणलेल्या चार माशांपैकी दोन मासे चक्क हालचाल करत होते. बीनाने आईचे हात घट्ट पकडले. ''आई, प्लीज प्लीज प्लीज, मला हे मासे पाळायला दे ना गं!'' ती कळवळून, अजीजीने म्हणत राहिली, ''आई दे ना. नाही म्हणू नकोस.''

"वेडी आहेस का, अगं ते थोड्या वेळात मरून जातील." आई म्हणाली. तोपर्यंत बीना उठली. तिचा लहानपणाचा अंघोळीचा टब पाण्याने भरून घेऊन आली. माशाला उचलायला तिने हात जवळ नेला तोच माशाने हालचाल केली. बीना जरा गडबडली, "ए आई, तूच उचलून टाक ना त्यांना पाण्यात."

आता आईही बीनाबरोबर माशांची काळजी करायला लागली होती. "अगं थांब, जरा मोठा टब घेऊ. हा लहान आहे." तिने मोठा टब आणला. मासे पाण्यात सोडले. दोन काळे, चकचकीत, वाटोळ्या डोळ्यांचे मासे शेपटी हलवत एका लयीत पाण्यात फिरू लागले आणि बीनाला आभाळाएवढा आनंद झाला. साऱ्या मित्रमैत्रिणींना फोन करून तिने ही बातमी दिली. बीनाच्या घरी बालगोपाळांची गर्दी जमली. पंख आणि शेपटी हलवत एखाद्या नर्तकासारखे ऐटीत आणि चपळपणे फिरणारे मासे पाहून जो तो मनात विचार करू लागला, 'आपल्या घरीही असे कुणी असेल तर किती गंमत येईल.'

संध्याकाळी बाबा घरी आल्यावर बीना धावत त्यांच्याकडे गेली आणि बोटाला धरून त्यांना मासे दाखवायला घेऊन आली. "यातला एक अगदी मऊ

आणि आळशी आहे बाबा. त्याचं नाव काळू आणि दुसरा सारखा इकडून तिकडे, तिकडून इकडे करतो तो चपळू.''

''अरे वा! बीनाताईंचे मासे छान आहेत बुवा. कधी आणले?'' बाबांनी विचारलं. बीना गोंधळली. खरं कळलं तर बाबा ओरडतील म्हणून रडवेली झाली आणि आईकडे पाहू लागली. आई म्हणाली, ''अहो, आज जेवायच्या आधी एक महत्त्वाचं काम करू या. बीनाच्या माशांसाठी खाणं आणि काचेचं घर आणू या.'' बीनाने धावत जाऊन आईच्या कंबरेभोवती आनंदाने मिठी मारली. बाबा म्हणाले, ''चला, आपल्या आधी मासे जेवू देत,'' त्यांनी बाहेर जाऊन स्कूटर सुरू केली. बीना लाडक्या काळू-चपळूकडे वळली.

एखाद्या सजीवाचा नाश करण्याऐवजी त्याला जगू देणं यासारखी समाधानाची गोष्ट नाही.

संकल्प : मी एखादा पाळीव प्राणी पाळेन आणि त्याला काळजीपूर्वक व प्रेमाने वाढवेन.

तुषारचं लिहिणं

आज तुषारला बालवाडीच्या ताईंनी त्याचं नाव लिहायला शिकवलं. तुषार खूश झाला. बराच वेळ प्रयत्न करून त्याने पाटीवर नाव लिहिलं 'तुषार'. बाई म्हणाल्या, ''शाब्बास. सारखंसारखं लिहिलंस की नीट लिहिता येईल.''

तुषार शाळेतून घरी आला. काकांनी त्याला रंगीत खडूची पेटी भेट दिली होती. त्यातला हिरवा, जांभळा, लाल खडू घेऊन तो विचार करू लागला की, कसं बरं लिहावं आपलं नाव? आई-बाबा घरी नव्हते. तुषारने भिंतीवर तिन्ही खडूंनी एकेक अक्षर लिहिलं 'तषर'. 'अरे काहीतरी चुकलं वाटतं,' तो स्वत:शीच पुटपुटला. त्यानं चुकीच्या लिहिण्यावर फुली मारली. दुसऱ्या भिंतीवर नाव लिहिलं. असं करत सगळ्या भिंती रंगीत झाल्या. नावाशेजारी चिमुकलं फूल काढल्यावर तो फारच खूश झाला. घरी कंटाळा आला. मग तो घराबाहेर गेला. परसात पेरू, आंबा, चाफा, प्राजक्ताची झाडं होती. झाडांच्या बुंध्यावर तो नाव

लिहायला लागला. मस्त दिसत होती त्याच्या नावाची झाडं. मग तो शेजारच्या जोशीकाकूंकडे गेला. त्यांच्या घराचा दरवाजा बंद होता. त्यानं दरवाजावर स्वत:चं नाव चार-पाच ठिकाणी लिहिलं. किती सुंदर नाव लिहिता येऊ लागलं होतं त्याला. मोठ्या अक्षरात त्यानं खिडक्यांच्या काचांवर नाव लिहिलं. बाईंचं खरंच होतं. सारखं लिहिल्यावर नीट लिहिता येतं. तो खूश झाला.

संध्याकाळी आई घरी आली.

"आई, मी आता माझं नाव लिहू शकतो." तुषारने अभिमानाने सांगितलं.

"असं का, फारच छान हं राजा. शहाणंच आहे बाळ माझं," असं म्हणत आईने त्याची पाठ थोपटली. इतक्यात शेजारच्या जोशीकाकू आल्या. त्या रागावल्या होत्या. "तुषारच्या आई, पाहिलंत का तुमच्या मुलाचे पराक्रम? आमचा दरवाजा, खिडक्या, काचा सगळं रंगवून टाकलंय स्वत:च्या नावानं. काय विचित्रपणा हा?"

"काय रे तुषार? अरे का केलंस असं?" आईने विचारलं.

''बाईंनीच सांगितलं होतं की सारखं लिहीत राहा.''

''अरे, म्हणून अशा भिंती, दरवाजे, खिडक्या खराब करायच्या का? एवढी मेहनत वहीत केली असतीस तर?'' आईने समजावणीच्या सुरात सांगितलं.

''तर काय झालं असतं?'' तुषारने विचारलं.

''तर तुला तू खराब केलेल्या सगळ्या जागा पुसून काढाव्या लागल्या नसत्या. आता हे ओलं फडकं घे आणि सगळ्या भिंती, झाडं, दरवाजे, खिडक्या पूस बरं.'' आई म्हणाली. तेवढ्यात परेशदादा आला. त्याने आणि तुषारने आईने सांगितलेली शिक्षा पूर्ण केली.

जे काम करायचं ते केवळ श्रम करायचं म्हणून करू नका. योग्य प्रकारे करा. विनाकारण दुप्पट वेळ वाया जातो.

संकल्प : मला दिलेलं काम मी आनंदाने व मन लावून करीन.

जादूची छत्री

चित्राला माळ्यावर धुळीत पडलेली जुनी छत्री सापडली. रंगबेरंगी होती ती!

"एवढी मोठी छत्री घेऊन काय करणार आहेस? शिवाय जुनी आहे. पार विटलीच. लंडनच्या नीलू आत्यानं दिली होती..." आई बोलत होती, पण चित्राचं लक्ष नव्हतं. चित्रानं छत्री धुतली, वाळवली आणि उघडली.

"अय्या, किती मस्त घर!" आनंदात ती छत्रीखाली मांडी घालून बसली. स्वत:च्या खास घरात ती कितीतरी वेळ बसून होती. आईनं चार वेळा जेवायला बोलावलं तेव्हा कुठे ती तिच्या सुंदर घरातून बाहेर आली. छत्री मिटून तिनं काळजीपूर्वक पलंगाखाली ठेवली.

शाळेतून आल्यावर पुन्हा छत्री घर झाली. त्यात कापसाचा ससा, बाहुलीसुद्धा राहायला आले. छत्री उलटी ठेवून त्यात बाहुलीला ठेवून चित्रा बसली. जमिनीला हाताचा रेटा देऊन छत्रीला वेग दिला आणि छत्री मेरी-गो-राउंड झाली. छत्री

घेऊन तिला पावसात जायला मिळालं नव्हतं. पाऊस पडायचं नाव नव्हतं. आईनं कोपऱ्यावरून भाजी आणायला सांगितलं. चित्रानं हळूच छत्रीही घेतली.

"अगं, कशाला ओझं नेतेस. पावसाचं चिन्ह मुळीच नाही." आई ओरडली. चित्रा हिरमुसली. छत्री छातीशी धरत म्हणाली, "पडेल कि नाही नक्की पाऊस?" जणू काही छत्री तिची मैत्रीणच होती. ती छत्री घेऊन बाहेर पडली आणि थोड्याच वेळात टपटप थेंब आले. छत्री उघडून नाचत नाचत चित्रा घराकडे परतली.

एका रविवारी आईबाबा बाहेर गेले होते. चित्रा आणि सखू मोलकरीण घरी होत्या. घरात बसायचा चित्राला फार कंटाळा आला. छत्री घेऊन ती अंगणात आली. छान वारा सुटला होता. पॅराशूटसारखे छत्रीला उडता आलं तर? असं चित्राला वाटलं आणि छत्री वर जाऊ लागली. मुंग्यांएवढी माणसं, मुंगळ्यांएवढ्या गाड्या, चिटुकली घरं, दिवाळीच्या किल्ल्यासारखं सगळं

दिसायला लागलं. डोक्यावरून पक्षी फडफडत गेला, तशी घाबरलेली चित्रा म्हणाली, ''बास झालं बाई, घरी जाऊ या.'' आणि छत्री हळूच खाली येऊन थेट अंगणात थांबली. चित्रा आता इंद्रधनुषी छत्री कोणालाच देत नाही.

जगातल्या अनेक गोष्टी कुणाच्या तरी कल्पनाविश्वातूनच जन्माला येतात. आपली कल्पनाशक्ती कायम जागी असायला हवी.

संकल्प : मी कामं करताना कल्पनाशक्ती वापरीन.

ढवळ्या झाला नंदी

गावातल्या महादेवाच्या मंदिरातल्या नंदीला बघून किसन शेतकऱ्याच्या छकड्याच्या ढवळ्याला फार असूया वाटायची. ढवळ्या दिसायला सुरेख होता. मोठे वशिंड, मऊ लांब केसांचे शेपूट, डौलदार, भक्कम बांधा, रुंद छाती, पाणीदार टपोरे डोळे. टकरीत समोरच्या कुठल्याही बैलाला सहज लोळवेल असा धष्टपुष्ट! छकड्यातून माणसांची ने-आण करणं, शेतीसाठी खतं, अवजारं आणणं, बियाणांची आणि धान्याची पोती ने-आण करणं ही कामं करताना ढवळ्या फार थकून जाई. त्याला वाटे, 'हे कष्ट का बरे आपल्या वाट्याला? पाठीवरचं जोखड फेकून द्यावं आणि आनंदाने जगावं, महादेवासमोरच्या नंदीसारखं! कष्ट करायला नकोत. देवाआधी लोक याचं दर्शन घेऊन फुलं

वाहतात, पाया पडतात. मी मरमर कष्ट करतो, कुणी पडतं माझ्या पाया? छे! उलट चाबकाचे फटकारेच बसतात.'

एके दिवशी गावातल्या लोकांनी नंदीची मूर्ती हलवायचं ठरवलं. त्याचा पाय तुटला होता. मूर्ती सांधेपर्यंत देवळात दुसरा नंदी बसवायचं ठरलं. ढवळ्याला निवडलं गेलं. त्याला फार आनंद झाला. मंदिराच्या सेवकांनी ताकीद दिली. ओरडायचं, झोपायचं नाही. माशा बसल्या म्हणून शेपटाने हाकलायच्या नाहीत. ढवळ्याने विचार केला. अहाहा! कष्ट, मार, दावं काही नाही. किती सुख! काही दिवस गेले. एके दिवशी दुरुस्त झालेली नंदीची मूर्ती हातगाडीवरून आली आणि स्थापन झाली. ढवळ्याला पुन्हा कामाला जाणं भाग होते. ढवळ्याला धड उभंही राहता येईना. मोठ्या कष्टाने पावलं टाकत तो किसनबरोबर घरी गेला. घर, शेत दिसताच त्याचं सारं अंग थरारलं. शेपूट उडवून त्याने मेघगर्जनेसारखा आवाज

केला. किसनने माया केली. खाऊ-पिऊ घातलं. दुसऱ्या दिवशी किसनने त्याला छकड्याला जुंपल्यावर तो आनंदाने छकडा ओढू लागला.

कोणासारखं व्हायचा अट्टाहास केला की, आपण स्वत:सारखे होत नाही. आपण जे आहोत त्याचा अभिमान धरा. स्वत:मधल्या चांगल्या पाच गोष्टी आज लिहून काढा आणि स्वत:चं कौतुक करा.

संकल्प : मी स्वत:मधील गुण ओळखीन.

जादूचे खडू

श्रेयाने वैतागून दप्तराकडे पाहिलं. ताईचा जुना लंचबॉक्स, दादाची कंपासपेटी, त्या दोघांच्या गेल्या वर्षीच्या वह्यांच्या कोऱ्या पानांतून आईने शिवलेली रफ वही, शीऽऽऽ माझ्या वाट्याला नेहमीच जुनंपानंच येतं. का तर घरात वस्तू असताना दुसरी आणण्यात पैसे उधळणं आपल्यासारख्यांना परवडत नाही असं आई म्हणे!

श्रेयाने क्रेऑन खडूंच्या तुकड्यांनी भरलेली प्लॅस्टिक पिशवी काढली. चित्रकलेचा तास होता. ''आई, निदान क्रेऑनची तरी नवी पेटी घे ना!'' श्रेयाची लाडीगोडी.

आई डोळे मोठ्ठे करून म्हणाली, ''ताई आणि दादाचे ढीगभर खडू पडलेत घरात.''

''अगं, पण ते तुटके आहेत. रंग नीट उठत नाहीत. हल्ली सुगंधी क्रेऑन मिळतात. प्लीज आण!''

परिणाम काही झाला नाही. एवढंसं तोंड करून ती शाळेत गेली. अपर्णाने नवी पेटी चित्रकलेच्या तासाला बाहेर काढल्यावर शेजारी आपली तुटक्या तुकड्यांची थैली ठेवायला श्रेयाला फारच लाज वाटली. मधल्या सुट्टीत ती कचराकुंडीपाशी आली. 'खडूची थैली कचऱ्यात टाकून आईला सांगू या की, खडू हरवले. मग नवी पेटी आणावीच लागेल,' तिच्या मनात आलं. त्याच वेळी आईचे शब्द कानात घुमले, 'बाळा, आहे त्यात समाधान मानावं आणि हे पाहा, प्रत्येक गोष्टीचा उपयोग होतो. निरुपयोगी म्हणून काही टाकून देऊ नये.' ती माघारी वळली. संध्याकाळी घरी श्रेयाने अपराधी चेहऱ्याने घडलेला प्रकार सांगून टाकला. "शहाणी मुलगी ती! चल रव्याचे लाडू केलेत. लाडू खा. मग आपण एक गंमत करू या." आई म्हणाली. मीनामावशीने अमेरिकेहून आणलेला चॉकलेट करण्याचा मोल्ड आईने बाहेर काढला. खडूचे तुकडे प्रत्येक रंगाप्रमाणे दोघींनी वेगवेगळे केले. गॅस पेटवून पसरट भांड्यात पाणी उकळत ठेवले. अत्तराची बाटली उघडली. आईने चॉकलेटचा मोल्ड का काढला ते श्रेयाच्या

लक्षात आलं. संत्र्याचा भगवा खडू, मांजराचा पांढरा खडू, फुलाच्या आकाराचा लाल खडू असे तयार झाले. तेही सेंटेड. चित्रकलेच्या तासाला श्रेयाच्या खडूंचं सगळ्यांनीच कौतुक केलं. बाईंनी कौतुक केलं आणि अपर्णानेसुद्धा!

फॅशन, ट्रेन्ड बदलला की आपल्याला नवे कपडे, दप्तर, पादत्राणं अशा कितीतरी वस्तू उपयुक्त असूनही टाकून द्याव्याशा वाटायला लागतात. बदलाव्या वाटतात. तसं करणं चुकीचं नाही का?

संकल्प : केवळ फॅशनेबल नव्या वस्तूंच्या अट्टाहासापायी आजपासून मी कुठलीही उपयुक्त वस्तू टाकून देणार नाही.

हिरव्या डोळ्यांचा अल्लयगल्लय

शाळा सुटल्यावर वर्धन नेहमीसारखा 'पुष्पबागेत' खेळायला आला होता. घसरगुंडीवर खेळून कंटाळा आल्यावर तो झोपाळ्यावर बसला. झोका फार उंच जाईना, म्हणून बाजूच्या दोन्ही साखळ्यांना धरून तो उभा राहिला. गुडघे वाकवून पायाच्या रेट्याने झोका उंच उंच नेऊ लागला. वेगाने झोका पुढे-मागे होत राहिला. वेगाची झिंग त्याच्या डोक्यात शिरली. कुणीतरी खालून ओरडलं, "अरे बाळा, पडशील. हळू." तसं उंच जाणं थांबवून तो फळीवर बसला. थोड्या वेळाने झोका थांबला. वर्धन झोक्यावरून उतरून बाबांची वाट पाहत बसला.

ऑफिसातून परत जाताना बाबा त्याला स्कूटरवरून घेऊन जायचे. बागेतून भटकताना उंच झाडांच्या मोठमोठ्या फांद्या तोडलेल्या त्याला दिसल्या. कोपरातून हात नसलेला माणूस दिसतो तशी ती झाडे त्याला केविलवाणी

वाटली. बागेत खूप मोठमोठाली झाडे होती. त्यावर चढलेले वेल होते. वाफ्यांमध्ये फुलझाडे होती. एका रांगेत मोठ्या पोटरीच्या पायासारख्या खोडाची झिपरी झाडे होती.

अंधार पडायला लागला. बाबांची वाट पाहत वर्धन एका खोडाला टेकून उभा राहिला. कुणाचं लक्ष नाही पाहून तो खोडावर चढला. तोडलेल्या फांदीच्या आणि खोडाच्या दुबेळक्यात बसला. कसला तरी आवाज आला. त्याच्या लक्षात आलं की तुटक्या फांदीला लांबोडकं भोक आहे. तिथून आवाज येतोय. त्याने आत डोकावून पाहिलं तर छोटे-छोटे आकार कामात गर्क होते. डोळे ताणून तो पाहू लागला, तसा त्याच्या अगदी कानाशी आवाज आला. ''काय रे मुला, काय येतं तुला?'' वर्धन दचकला. 'अरेच्चा! हा तर अगदी छोटासा माणूसच आहे. पण याला गणपतीबाप्पासारखे चार हात आहेत.' त्याला तो चार हातांचा प्रेमळ माणूस फारच आवडला. त्याचे डोळे अंधाराला सरावले. वारुळातल्या मुंग्यांसारखी खूप माणसं आत दिसू लागली. तो प्रेमळ चेहऱ्याचा माणूस म्हणाला, ''मी अल्लयगल्लय. तू?''

''मी वर्धन, इथं काय करता तुम्ही सगळे?''

अल्लयगल्लय आपले सगळे हात आणि हिरवे डोळे फिरवत म्हणाला, ''आम्ही शहरातल्या झाडांची काळजी घेतो. तुटक्या झाडांना मलमपट्टी करतो. वाळल्या झाडांना पुन्हा पालवी येणारं रसायन देतो. फुलं, फळं यावीत, पानं टवटवीत व्हावीत म्हणून जादूचे फवारे मारतो.''

''अरे! पण हे सगळं कधी आणि कसं करता?''

''रात्री, तुम्ही सगळे मानव झोपलात की आमचं काम सुरू होतं.''

त्या दिवसापासून वर्धनला नवा मित्र मिळाला - अल्लयगल्लय. संध्याकाळी गप्पा मारायला. सगळ्यात गंमत म्हणजे अल्लयगल्लय कधीकधी रात्री येऊन, झोपलेल्या वर्धनला छोटुकला करून, झाडाझुडपांची काळजी घेण्याच्या मोहिमेतसुद्धा सामील करून घ्यायचा.

मोठ्या प्रमाणात वृक्षतोड झाल्याने पर्यावरणाचा तोल ढासळला आहे. हे असेच चालत राहिले तर मानवाचे भवितव्य संकटात येईल.

संकल्प : मी आज माझ्या घरापाशी एक झाड लावेन आणि जगवीन.

रुईचा हार, गुलाबाचं फूल

टेकडीवर मारुतीचं मंदिर होते. वृद्धांना, तरुणांना, मुलांना टेकडीवर फिरणं आवडायचं. सेजल आणि ऊर्मी दोघी छोट्या मैत्रिणी टेकडीवर फिरायला जायच्या. नाना रंगांचे पक्षी, सुर्रकन धावणाऱ्या खारी, रंग बदलणारे सरडे, फुलपाखरं, रानफुलं त्यांचे मित्र झाले होते. त्या रोज मंदिरात जायच्या. त्यांनी आणलेली फुलं आप्पा पुजारी मारुतीला वाहून म्हणायचे, ''देवा, लेकरांची पूजा स्वीकारा.'' एकदा सेजल म्हणाली, ''आप्पा, मी गुलाब आणला तर रुईच्या हारात घालाल? माझ्या घरापाशी टप्पोरी कळी आलीय.''

''नक्की घालेन हं पोरी,'' आप्पा म्हणाले.

''मग देव प्रसन्न होईल माझ्यावर?'' सेजलने विचारलं.

''का नाही होणार? तुला चांगली बुद्धी देईल. यशस्वी होशील.''

''अय्या, खरंच! उद्या फूल उमललं की लगेचच आणेन मी.'' सेजल आनंदली.

''वा गं! माझ्या घरापासच्या झाडावर आहे ती कळी,'' ऊर्मी किंचाळली.

''मुळीच नाही. ते रस्त्यावरचं झाड आहे,'' सेजल तणतणली.

दुसऱ्या दिवशी सेजल सूर्योदयापूर्वीच उठली. घाईने रानटी गुलाब वेलीपाशी आली. पाहते तर ऊर्मीने उडी मारून फूल तोडलं होतं आणि ती टेकडीकडे निघाली होती. सेजलला अश्रू आवरेनात. तीही टेकडी चढू लागली.

"आप्पा फूल आणलंय. रुईचा हार ओवू?" ऊर्मीने देवळात शिरत विचारलं.

"हो बाळा, तू सेजल ना? वयामुळे चेहरे नीट दिसत नाहीत हल्ली," आप्पा म्हणाले.

ऊर्मी दचकली. गप्प झाली. एव्हाना टेकडी चढून सेजल देवळापाशी पोहोचून खांबाआड उभी होती. भरल्या गळ्याने, अपराधी चेहऱ्याने ऊर्मी म्हणाली, "होय आप्पा, मी सेजलच आहे."

ते ऐकून सेजल पुढे होत म्हणाली, "आप्पा, ती नाही, मी सेजल आहे. ऊर्मीने आणलंय ते फूल. तिनेच केलाय हार."

त्या मैत्रिणींचं प्रेम पाहून आप्पा म्हणाले, ''रडू नका. डोळे पुसा. अगं, चुका होतात. भांडणं होतात, पण मैत्री अधिक महत्त्वाची. ती जपावी.''

जेव्हा आपण इतरांचा हेवा करतो तेव्हा नकळत स्वतःला दुःखी करतो. जेव्हा इतरांच्या यशात आपण सामील होतो, तेव्हा समोरच्याचा आनंद आपल्याही मनात उतरतो.

संकल्प : अभिमान वाटावा अशा तुम्ही मित्रमैत्रिणींसाठी केलेल्या पाच गोष्टींची यादी करा.

जंगलातली गंमत

सुट्टीत आजोळी आलेल्या विनायक आणि राणीला आजोबा म्हणाले, ''मी जंगलात लाकडं गोळा करायला चाललोय. येता का बरोबर? कितीतरी गमती असतात जंगलात.''

विनू आठ वर्षांचा आणि राणी होती दहा वर्षांची. राणीचा हात ओढत, उड्या मारत विनू ओरडला, ''किती मजा. चल ना ताई.'' राणीला भीती वाटली.

''तू जा हवं तर. मी इथेच खेळेन,'' ती म्हणाली. आजोबांनी घोडागाडी बाहेर काढली. विनू एक पाय लोंबता ठेवून गाडीचा कठडा घट्ट पकडून बसला. घोडी पळू लागली. विनू कविता म्हणायला लागला. आजोबांनी त्याच्या आवाजात आवाज मिसळला.

जंगली झाडांचा मंद, गोडुस वास येऊ लागला. हमरस्ता सोडून गाडी आडवाटेला वळली. प्रकाश कमी झाला. उंच झाडांची गर्दी झाली. ओढ्याशी गाडी थांबवून आजोबांनी विचारले, ''पाणी प्यायचं आहे विनू?''

विनूने गाडीतून उडी मारली. ओढ्याचं पाणी स्वच्छ होतं. पाणी सुर्रकन इकडून तिकडे जात होतं. वरचं पाणी बाजूला सारून स्वच्छ पाणी ओंजळीनं कसं

प्यायचं ते आजोबांनी दाखवलं. पण तोंडापर्यंत नेईतो त्याच्या ओंजळीतून पाणी झिरपलं. घोडी पाण्यात तोंड घालून पाणी प्यायची. एक माकड झाडावरून उतरलं अन् दोन्ही हात गवतात ठेवून, वाकून त्यानं पाण्याला तोंड लावलं. आपण पाणी कसं प्यावं? विनू विचार करू लागला. खाचखळग्यांतून गाडी जात होती. तोल सांभाळताना विनूची त्रेधा उडाली. करडा ससा गाडीच्या आवाजाने घाबरून दूर पळाला. पक्ष्यांचा गोंधळ होता. शीळ घातल्याचा, कुजबुजीचा आवाज ऐकून विनू फार घाबरला.

"अरे वाऱ्याच्या झुळुकीने फांद्या हलून होतोय तो आवाज." आजोबा हसून म्हणाले. एका ठिकाणी गाडी थांबवून आजोबांनी साठवून ढीग केलेली लाकडं दोघांनी गाडीत भरली. तिथे जमिनीवर विनूला अंडी दिसली. आजोबा म्हणाले, "चितूर पक्षीण जमिनीत घरटं करून अंडी घालते. भुकेले प्राणी ती खाऊन टाकतात."

लाल, पोपटी, पिवळसर असे जंगलाचे रंग बघत संध्याकाळच्या गूढ वातावरणात त्यांची गाडी परतीला लागली.

''पुन्हा याल तेव्हा मी राणीला नक्की आणेन,'' विनू म्हणाला.

आपण सारे निसर्गाचाच भाग असतो. निसर्ग न्याहाळला तर खूप शिकायला मिळतं. त्यासाठी बागेत, वनात, जंगलात सहल केली पाहिजे.

संकल्प : मी निसर्गाशी मैत्री करीन.

लोभ्याचा कळवळा

पाबळ गावातली कौलारू, छोटी शाळा भरण्याची वेळ झाली होती. गावातली, आजूबाजूच्या वाड्यावस्त्यांवरची शाळेत शिकायला जाणारी मुलं भराभरा शाळेच्या दिशेने निघाली होती. त्या शाळेत शिकणाऱ्या तीन मुलांचं त्रिकूट शाळेत सर्वांना आवडे. त्यांची मैत्री दृष्ट लागण्याजोगी होती. तिघेही सावलीसारखे एकमेकांच्या बरोबर असायचे. एकमेकांच्या जिवाला जीव द्यायचे. भाऊ, लोभ्या आणि शेखसिंह.

त्या दिवशी शाळेत लोभ्या गप्प होता. भाऊने सगळा गृहपाठ केला होता. शेखसिंहाचा अभ्यास झाला नव्हता. मधल्या सुट्टीत भाऊने आणि लोभ्याने त्याला गृहपाठ पूर्ण करायला मदत केली. शाळेत मास्तरांनी लोभ्याच्या हुशारीचं कौतुक केलं. शाळा सुटली. सारे घराकडे निघाले.

नेहमी खूप बडबड करणारा लोभ्या वाटेत गप्पच होता. त्याला बोलतं करायला भाऊ म्हणाला, ''मास्तरनं कवतिक केलं.'' तरीही लोभ्या काहीच बोलला नाही. ऊन फार तापलं होतं. अंगात सदरा नसल्याने लोभ्याची हडकुळी पाठ चटक्यांनी भाजून निघू लागली. भाऊचं मन कळवळलं. त्यानं लोभ्याच्या पाठीवरून हात फिरवला. तो दचकला. लोभ्याचं अंग तापलं होतं. त्याला चांगलाच ताप असावा. त्यात उन्हाचा तडाखा. अंग झाकायला बिचाऱ्याकडे काही नव्हतं. भाऊने लोभ्याला थांबवलं. उंचापुरा धिप्पाड आडव्या बांध्याच्या भाऊने स्वत:च्या अंगावरचा सदरा काढला. लोभ्याला आपला सदरा देत तो म्हणाला, ''अंग फार तापलंय रे तुझं! त्यात हा उन्हाचा तडाखा. हा सदरा अंगात घाल. तांबडंलाल झालंय तुझं अंग. बघवत नाहीये.''

भाऊचं प्रेम आणि कळवळा पाहून कृश शरीराच्या लोभ्याचे डोळे पाण्यानं भरून आले. तो बोलायचा प्रयत्न करत होता, पण ओठ नुसतेच थरथरत राहिले. हातात भाऊचा सदरा घेऊन तो काहीतरी तोंडातल्या तोंडात बोलू बघत होता, पण फक्त हुंदके फुटले. लोभ्याच्या शरीराला बसणाऱ्या चटक्यांनी भाऊच्या

मनाला वेदना झाल्या. त्याचं हृदय करुणामय होतं.

हा लहानगा भाऊ म्हणजेच महाराष्ट्राचे थोर शिक्षणमहर्षी डॉ. पंजाबराव देशमुख.

सभोवतालच्यांबद्दल करुणा असेल, तर आपण त्यांच्याशी दयाळूपणे वागू शकतो. माझ्यासारखाच समोरचा आहे, मग तो माणूस असो वा प्राणी, पक्षी, कीटक, वनस्पती! मला ज्यामुळे भावनिक, शारीरिक, मानसिक वेदना होतील, त्याच गोष्टींनी समोरच्यालाही होतील हे एकदा समजून घेतलं की, भोवतालचं जग आपण अधिक चांगलं करू शकू.

संकल्प : मी सर्वांशी दयाळूपणे वागेन.